மல்லிகைச் சாரல்

கவிதைகள்

பி. இராமச்சந்திரன்

INDIA · SINGAPORE · MALAYSIA

ISBN 979-8-89233-406-8

உள்ளடக்கம்

முன்னுரை

இது என்னுடைய இரண்டாவது கவிதை தொகுப்பு. இதனில் இயற்கை, மனித வாழ்வியல் நடைமுறைகள், காதல், தத்துவம், சமூக சீர்திருத்தம், கலை மற்றும் இலக்கியம் போன்ற இன்னோரன்ன வெளிப்பாடுகளை உள்ளடக்கி எழுதியுள்ளேன். பாரதி, கண்ணதாசன் போன்ற பேரிளம் கவிஞர்களைப் பின்பற்றி, நுவலரிய தமிழின் நுட்பங்கள் வழியே பயணித்துள்ளேன். மல்லிகைச் சாரலில், நனைய விழையும் வாசகர்கள் ஒவ்வொருவருக்கும் என் நெஞ்சார்ந்த நன்றியினை நவில்கின்றேன்.

இப்புத்தகத்தை வெளிக்கொணர எனக்குற்ற துணையாக நின்ற என் மகனுக்கும் குடும்பத்தாருக்கும், உற்றுழி உதவிய எனது அன்பான தோழர்களுக்கும், NOTION PRESS நிறுவனத்திற்கும் நெஞ்சார்ந்த நன்றிகள்.

ஆசிரியர் குறிப்பு

இப்புத்தக ஆசிரியர் பெயர் பி. இராமச்சந்திரன். இவர் தமிழ்நாடு அரசில் பணியாற்றி ஓய்வு பெற்றவர். மன்றேறி, கவிபாடி, மாமனிதர்கள் முன் நின்று, மாலைகள் பல ஏற்றவர். பட்டிமன்றப் பாங்கறிந்து பேசி, பரிசுகளும் பெற்றவர். இளங்கலைப் பட்டதாரியான இவர், தமிழின் ஆர்வ மேலீட்டால், கவிதை பாட வந்தவர். அவ்வப்போது இலக்கியப் பணிகளும் ஆற்றுபவர். ஒரு சில பத்திரிக்கைகளில் கவிதை, கட்டுரைகள் எழுதுவதன் மூலம் தன்னையும் வெளிப்படுத்திக் கொள்பவர்.

இவரின் மல்லிகைச் சாரல் எனும் கவிதைத் தொகுப்பில் தோய்ந்து, ரசித்து, தரம் என்று கருதி ஆதரிப்போரை தம் ஆயுள்பரியந்தம் நன்றியுடன் நினைவு கூர்வார் என்பதில் ஐயமில்லை.

கடவுள் வாழ்த்து

கலைநிறைக் கனித்தமிழ் மொழிவழி
கருத்துடைக் கவிபல அளித்திட,
அலைநுரை ஆழியாய் எழுக! நீ!
அம்மயென் ஆசியுனக் குண்டென
கலைமகள் ஓதினாள்என் காதினில்!
கவின்மிகு கவிதைகள் யாத்துளேன்
பிழையெதும் பார்த்திடில் பொறுத்திடப்
படித்திட பணிவுடன் வேண்டினேன்...!

வேண்டுகோள்

தேராது எழுதினேன்; தெரிந்ததன் பொருளைக்
கோராது விளங்கல் கூருடமை - ஆராய்ந்து
பெரும் பிழை பொறுத்து வாசித்தல்
பொறுப்புள மாந்தர் பணி.

வேதம் தாயே!

இருகரம் வீணைதாங்க
இணைகரம் ஏடுதாங்க
மறுகரம் மாலைதாங்க
மகுடத்தை தலைதாங்க
வீற்றிருக்கும் வேதவல்லியே!
வித்தைகள் வழங்குவாயே...!

தாமரைப் பீடத்தில்
துய்யவெண் பட்டுடுத்தி,
சாமரத் தோகைமயில்,
சங்குநிற அன்னப்பெடை
சூழ்ந்திருக்கும் தெய்வமகளே
வாழ்ந்திருக்கும் கல்வியருளே...!

அறிவுக்கு அரசியாகி,
ஆற்றலின் தலைவியாகி,
நிறைவுக்கு கேள்வியாகி,
நினைப்போரின் நெஞ்சிலாகி
நன்றிருக்கும் நேயமகளே
வென்றிருக்கும் வேதம்தாயே...!

ஆயகலைகள் அனைத்துமே
அள்ளித்தரும் அன்னைநீயே!
தூயமறைகள் வழங்கியே
தண்ணருள் தரும்தமிழே...
நீயேகதி எனப்பணிவோமே!
நிம்மதியும் எமக்கருள்வாயே...!

தாய் தமிழே!

நாவினில் நடனமிட்டு
நல்லதமிழ்ப் பாவெழுத
நின்றருளும் தமிழ்த்தாயே!
பூவினில் மணம்போலப்
புதுப்புனல் வெள்ளமாய்
பொங்கிவரும் தாய்த்தமிழே...

நினைப்பொரு கிடங்காக
நீயதனில் இருப்பாக
நிறைந்துள்ள தமிழ்த்தாயே!
உனையொரு சேயாக
உயிரினில் கருவாக
உணர்கிறேன் தாய்த்தமிழே

மறந்துனைப் போகாமல்
மன்றினில் பாவாகி
மலர்ந்த தமிழ்த்தாயே!
அருந்துவோர் குமட்டாமல்
அரங்கினில் திகட்டாமல்
ஆடிவரும் தாய்த்தமிழே...

குன்றாத நிதியமாய்
குலையாத வடிவமாய்
கலையாகும் தமிழ்த்தாயே!
நின்றாடும் நினைப்பெல்லாம்
நிலையான உருவமாய்
நன்செய் தாய்த்தமிழே...

கோடான கோடிப்பேர்
குவலயம் முழுமையும்
கொண்டாடும் தமிழ்த்தாயே!
ஏடாகி எழுத்தாகி
இன்னும்பல ஊடாடி
எங்கும்நிறை தாய்த்தமிழே

மழலலையாய் குழவிகள்
வாயிலும் வளர்ந்திடும்
வாய்ப்பான தமிழ்த்தாயே
கழனியில் கல்வியில்
கிறக்கிடும் இசையினில்
கீதமான தாய்த்தமிழே.

பன்மொழிகள் ஆறுகளாய்
பிரிந்தோடச் செய்வித்த
பொதிகைவளர் தமிழ்த்தாயே
எம்மொழியும் சம்மதமாய்
ஏற்கின்ற பக்குவத்தை
எமக்கீந்த தாய்த்தமிழே!

சேய்நானும் நினையள்ளித்
தெரியாமல் பாடுவதை
சகித்திடும் தமிழ்த்தாயே
தாய்நீயும் தனயனெனைத்
தப்பாக கொள்ளாமல்
தேற்றிடுவாய் தாய்த்தமிழே...

புலமையென்று பாட்டெழுத,
பொருந்தவரும் வறுமையினைப்
போக்கடிக்கும் தமிழ்த்தாயே
வளமைமிக வரவில்லை,
வாட்டுகின்ற பசியுமில்லை
வாழ்வளிக்கும் தாய்த்தமிழே.

“அம்மையப்பன்”

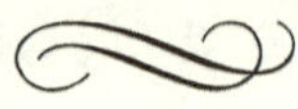

பரணிநதி பாய்ந்தோடும்
        பார்புகழும் நெல்லையிலே
தரணிதனில் புகழ்மிக்கு
        தாயவள் - ஊருணிபோல்
தந்திடுவாள் தண்ணருளும்
        தளிர்க்கொடியும் தள்ளாரும்
ஏந்திடுவாள் துணையிருப்பாள் தான்.

தேரோடும் வீதியெல்லாம்
        தேவியவள் நெல்லையப்பர்
ஊரோடும் ரதமிழுக்க
        உடனமர்வாள் - ஏரோடும்
நிலம்போல மனம்பதிந்து
        நல்லெழில் காட்சியுடன்
குலமுயர வைத்திடுவாள் பார்.

மூக்குத்தி மின்னலிட
        முன்னிற்பார் கண்குளிர
நோக்கத்தை நிறைவேற்றி
        நின்றிடுவாள் - ஆக்கத்தை
அள்ளிடக் குறையாமல்
        அளவின்றி பெய்திடுவாள்
வெள்ளியாய் தகதகத்து
        மின்னிடுவாள் வள்ளலவளே தாய்

தலைக்காயம் உற்றாலும்
தயங்காமல் மேலெழுந்து
சளைக்காமல் காத்தருளும்
செல்வரவர் - அழைக்காமல்
அருள்செய்யும் நெல்லையப்பர்
அவர் பதமே வீழ்ந்திருக்க
மருள் நீங்கி மாண்புயரும் தான்.

ஆளுக்கொரு கோபுரமாய்
ஆட்சிசெயும் கோவிலிலே
கூழுக்கழும் குழவியும்
களித்திருக்கும் - நாளுக்கொரு
பூச்சூடிப் பொற்பதத்தில்
பணிவார்க்கும் பலன்நல்கி
பாச்சூடும் பாவலர்க்கும்
பரிசளித்துப் போற்றிடுவாள் தான்.

ஐநூற்று மேலாண்டும்
ஆடிவந்த பெருந்தேரும்
நோய்த்தொற்று காரணமாய்
நின்றாலும் - பிணியொழிந்து
சுகமுற்று மீண்டசைந்து
தாய்காந்தி மதியருளால்
இகமெங்கும் சுகமுறுதல் காண்.

அனைத்தும் நீயே

கந்தலாடைப் பக்கிரியாய்
காட்சிதரும் பாபாவே
கந்தனும் நீ! கஜமுகன் நீ!
கருணைமிகு அன்னையும் நீ!

சிவனுருவம் நின்மேனி
திருமாலாய் தெரிவாய் நீ
பவந்தீர்க்கும் பிதாவும் நீ!
பள்ளிவாசல் அல்லாவும் நீ!

கலைபயில் கலைமகளும்,
காத்தருளும் மலைமகளும்,
நிலையுயர்த்தும் அலைமகளும்,
நெருப்புமிழும் காளியும் நீ!

சந்தனக்கூடு ஊர்வலமும்,
சந்திரநிலா பவுர்ணமியும்,
சுந்தரஜெப தேவாலயமும்,
சுவைதரும் தேவாரமும்,
அவரவர் வழிபாட்டினிலே
ஆண்டவனாய் தோன்றிடுவாய்...
எவரெதைக் கேட்டாலும்
இல்லையென்றே சொல்வதில்லை...!

காமகுரோத மதமாச்சர்யங்கள்
கருதுவோரைக் காண்கிலனாய்,
சாமநேரப் பொழுதெனினும்
சாய்யென்றால் தோன்றிடுவாய்...!

நம்பிக்கை பொறுமையே
நின்னருமை காணிக்கையாம்...
கும்பிக்குணவு கொடுப்போரே
குவலயத்தில் கடவுளராம்...!

எல்லாமாய் இருக்குமுன்னை
எவ்வாறும் இறைஞ்சிடலாம்
தொல்லையிலா வாழ்விற்கே
தொடர்ந்துன்னைத் தொழுதிடுவோம்...!

மகிழ்ச்சிகளே உலகாளட்டும்

வசந்தங்கள் வரவாகட்டும்,
வரவெல்லாம் செலவாகட்டும்,
செலவெல்லாம் அறிவாகட்டும்,
சேரறிவு பயனாகட்டும்.

பயனெங்கும் விரைவாகட்டும்
பயணங்கள் தொடராகட்டும்
தொடரெல்லாம் வளமாகட்டும்,
துயரெல்லாம் வழிமாறட்டும்...

வழிமாற்றம் சுவையாகட்டும்
வருஞ்சுவை சுமையாகட்டும்...
சுமையெல்லாம் நெறியாகட்டும்
சொல்நெறி நிலையாகட்டும்...

நிலையெல்லாம் நடுவாகட்டும்
நடுநிலைகள் அணியாகட்டும்,
அணியெல்லாம் படையாகட்டும்
அப்படைகள் வென்றாடட்டும்

வெற்றிகளே எழுத்தாகட்டும்
வருங்காலம் மகிழ்வாகட்டும்
மகிழ்ச்சிகளே உலகாளட்டும்
மண்ணுலகம் உயர்வாகட்டும்

உயிர்க் காற்று

கண்ணுக்குத் தெரியாத
காற்றினைக் கண்டேன்
இலையசைவில் கடலலையில்
நிலைகுலையும் மேகங்களில்...!

கொடிபறக்கும் கம்பங்களில்
கொடியுலரும் துணிமணியில்
மானிடர்தம் நாசிகளில்
மூச்சுவிடும் உயிரினத்தில்...

தெருப்பறக்கும் தூசிகளில்
கிறுகிறுக்கும் விசிறிகளில்
வாகனத்தின் சன்னல்களில்
மோகனராக மூங்கில்களில்...

மலைக்குன்றின் உச்சிகளில்
மொட்டைமாடி மச்சுகளில்
எண்டிசையும் யொளிர்கின்ற
இளமங்கையர் கேசங்களில்...

அசைந்தாடும் தீபங்களில்
அலைபாயும் தூபங்களில்
தொலைதூர மணியொலியில்
கலங்கடிக்கும் இடியொலியில்...

மலர்த்தோட்ட நறுமணத்தில்
புலர் பொழுதின் பறவைகளில்
வியர்வையின் காயல்களில்
இயற்கையின் தோயல்களில்...

எரிதீயில் மரமுறிவில்
இதழெழும் சுரப்பாட்டில்
சரிவாகும் மழைத்துளியில்
திசையறியும் பாய்மரத்தில்...

கண்டிருந்த காற்றினையே
கொண்டிருக்கும் காலங்களை
உண்டிருக்கும் உயிர்க்காற்றை
என்றென்றும் காப்பவர் யார்?

தாய்ப் பால்

வானத்தாய்ப் பால்வேண்டி
வாடிநிற்கும் செடி கொடிகள்
ஏனத்தால் ஊற்றும் நீரில்
எவ்வளவே வளர்ந்திடுமோ?

ஞானப்பால் அருந்துதற்கு
சம்பந்தர் விழியுகுத்தார்...
தானப்பால் பருகுதற்கு
செடிகளுமே அழுவதில்லை

கானத்தால் பயிர்வளரும்
கண்டறிந்த விஞ்ஞானம்
சாணத்தால் செழித்திருக்கும்
சொல்வதற்கோ அஞ்ஞானம்

இயற்கையாய் உரமிடவே
ஏனறிவு பெறவில்லையோ!
செயற்கையாய் இடுமுரத்தில்
சேர்ந்துவரும் நோய்களுமே...

விவசாயி தலை சாய்த்தால்
வீழ்ந்துவிடும் பொருளியலும்,
தவமியற்றும் முனிவர்முதல்
தாழ்ந்திடுவோம் அனைவருந்தான்...

தாய்மடியில் கன்றுமுட்ட
தொடர்ந்துவரும் பாலமுதும்
போய்முட்டி மழைபெறவே
போதவில்லை மரவுயரம்...

தெய்வம் தொழாதாளும்
திருமதியை மதியாதானும்
பெய்யெனில் பெய்திடுமோ?
பெருமழையும் பூவுலகில்...!

சாதீயம்

நீ
தலைதுவட்டிக்
கோதி
நின்றாய்...

நான்
தலைகால்
தெரியாமல்
தவித்தேன்...

மேக
முகட்டின்
கதிர் வீச்சு
உந்தன்
பார்வை...

கருகாமல்
உருகிப்
போனேன்
பனியாக...

கடன்
வாங்கி,
மீளக்

கொடுப்பதென
அடிக்கடி நம்
பரிமாற்றம்,
வார்த்தைகளில்...

ஒரு நாளில்
மேளச்சத்தம்
உன் வீட்டில்
உடல் வளைந்து
கேள்வியானேன்?

நாமிருவரும்
வெவ்வேறு
சாதியாம்
சாமிக்குத்தம்!
உன் நாவில்
தீப்பொறி
வார்த்தைகளில்
தெறித்தன...!

கற்றைக்
குவியலில்
ஓர் ஒற்றைக்
கடிதம்
உன் கையொப்பம்
கரையாமல்...

"மணப்போம்
இலையேல்
மரணிப்போம்"

இமாலயப்
பொய்யுமுன்
எழுத்துவடிவில்...

இற்றை
நாளில்
தேடி யெடுத்தேன்
எரித்துப்
புதைத்தேன்
அவரவர்க்கு
இயல்பான
சா(த்)திய
பழக்கம்...

காலத்தினால் செய்க

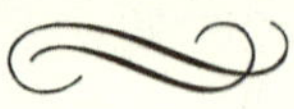

சுற்றிச்
சுழன்றடித்து
காற்று
சற்றுத்
தடுமாறித்
தழுவியது
தருக்களை...

காலம்
நேரமின்றித்
தழுவுதல்
காதலுக்கே
எதிரியாகும்!
பூ கனிமரங்கள்
பூரிப்பா அடையும்?

ஒருதலையாய்
தறுதலையின்
தழுவுதலில்
உருக்குலைய
விரும்பாத
மரங்கள்
உதிர்த்தன

சில
இலைகளை
கிளைகளை...!

நிகழ்வு-
தருக்களின்
கால்களில்
நர்த்தனம்,
சலங்கைகளாய்
சப்தமிடும்
சருகுகள்
குப்பைகள்...

கருத்தறியா
காற்றின்
மோகத்தால்,
ஊரினில்
இருப்பவன், இல்லாதவன்
எல்லோரின் வாயிலும்
மண்
மனிதமொழிகள்...

இத்தனைக்கு
இடையேயும்
ஊடாடும்
காதலின்றி
வேறெதனைக்
குற்றம் சொல்ல?

அஃறிணையோ
உயர்திணையோ
காலம்
கருதிடில்
காதல்
கன்றாம்...

மோர்க் கிழவி

தலையில்,
கரும் பானை
தளுதளுக்கும்
மோர்த் திவலை
தெருவில்,
வருகின்றாள்
குருவம்மா பாட்டி...
செம்மாடு பிறழாமல்
சிந்தாமல் சிதறாமல்...

முழங்கும்
மழைக்காலம்
கட்டித்தயிர்
வெட்டித் தருவாள்...
கொதிக்கும்
கோடைக்காலம்
நீர் மோரே
வார்த்திடுவாள்...

சாணத் தரை
தொட்டு
சுவரினில்
பொட்டிடுவாள்...
மாதமொருமுறை
கூட்டிக் கணக்கிடுவாள்.

வெண்ணெய்
ஒரு தூக்கும்,
வழியும் நெய்
பிறி தொன்றும்,
தோளுக்கொன்றசைய
தோழியராய்
தொங்குவதே தனியழகு

மோர்ச் சிரட்டை
பளபளப்பு அவள்
முகத்தில் இருக்காது,
தண்டட்டி தொங்கத்
தெரியுமவள் இரு காது...

குவளையில்
கொசுறு மோரு
மவளே ருசியோ
தாறுமாறு
மாராப்புச் சேலை
முனை முடிச்சு
மாறாத கணக்கின்
மணிப்பர்சு...

உச்சி முகர்ந்தால்
உள்ளம் கள்வெறி
கொள்வதே போல்,
பாக்கெட் மோரில்
எச்சிலும் ஊறவில்லை
இச்சையும் ஏறவில்லை

நிச்சயம் குருவம்மா
நீர்மோரும்,
சத்தியம் இனி
வரப் போவதில்லை...

முணங்கும் மூதுரை

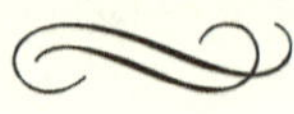

தகிக்கும் வெயில்
தார்ச் சாலை
கோணியில் காலணி
மேனியில் சுருங்கித்
தோலணி
மடிப்புற்ற வயிற்றுக்கு
சோறூட்ட உழைப்பு...

கன்னக் குழிகள்,
எண்ணத் தெரியும்
விலா எலும்பு வரிசை
பொல பொலவென
வியர்வை,
அயர்வை விரட்டி,
இருஜாண் வயிற்றுக்கு
இத்தனை பாடு
எத்தனை நாளோ?

வீட்டில்,
முணங்கும் குரல்
மீட்டறுந்த வீணை
சுணங்கிச் சுருண்டு
உயிர்க்கும் கிழவி

விழிகளில் வாய்க்கால்
வழிநெடுகத் தேடும்
பழித்தறியா பாசம்
பரம் பொருளாய் நேசம்...

கல்யாணக் காதலில்
கருவுற்ற பிள்ளைகள்,
வாலிபத் திமிரினால்
விட்டறுந்த உறவுகள்
பட்ட மரப் பெற்றோர்கள்
வட்டமிடும்
கடைக்காலம்...

முளையாகி,
செடியாகி,
மரமாகிப்,
பூவாகி,
காயாகி,
கனியாகி,

காயவோர்
கிளைதேடும்
மனிதம்,
புயல் வந்தால்
பூண்டோடு சாயும்:
பயல் வந்தால்
பயமின்றி மாயும்...

தேகம்

கழுவி வைத்த
கண்ணாடியாய்
இருந்தது முகமும்
ஒரு காலம்...

பல கோடிப்
பிம்பங்கள்
பல்லாண்டுகாளய்
பதிந்து பதிந்து
இடநெருக்கடியால்
விரிசலுடன்
கோடுகளை வரைந்து
குழந்தையின்
கிறுக்கல்கள் போல
சுருக்கங்கள் இப்போது...

விரிந்து சுருங்க
சுருங்கி விரிய
வழிகாட்டிய
இதயத்தில்
இன்னும் வீச்சு
வேகத்தில் தேக்கம்
இன்னும் விரும்புகிறது
தேகம்...

"நம்பிக்கையே வளமாக்கும்"

சோம்பலை
சுறுசுறுப்பால்
உதறித் தள்ளு
உலகமே
உந்தனிரு
கைகளுக்குள்...

ஏக்கங்கள்
இயல்புதான்
மனிதனுக்கு
மதிகொண்டு
முயலுங்கள்
மறுநாள் உனக்கு...

போராட்டம்
தேவைதான்
வளர்வதற்கு
போட்டியிடு
நேர்மையாய்
வெல்வதற்கு...

நம்பிக்கையே
நெஞ்சினை
உரமாக்கும்

நினைத்தவையே
பயிராகி வளமாக்கும்...

இயலாதென்பதே
அபத்தமாம்
இயலுமென
முயல்வதே
உயர்த்துமாம்...

முயற்சிகளை
முனைப்புடனே
செயலாக்கு
முன்னேற்றம்
வாழ்விநிற்கே
வழிகாட்டும்...

மணற்கணக்கு

நெடிய கடற்கரை,
கால்களை
அடிவருடும்
அலைகள்
அழுத்துகிறேன்
அவை
அடங்கவில்லை...

உன் மத்தம்
உற்ற மன
உறுதிப்பாட்டில்
கெக்கலிக்கின்றன
சில
கேலிச்சித்திரங்கள்...

பிடிமானம்
விடுத்த கால்கள்
மணல் நுரையில்
பதிகின்றன...
திக்கற்ற
பறவை
தேடியமர்ந்த
கிளையில் ஆட்டம்...

எப்போதாவது
வரும் மழை
இடையறாது
வரும் அலை
படையெடுப்பை
கணக்கிடலாம்
பரிதாபமான
தோல்விக்கு
மணற்கணக்கு...

மென்று
மிடறு விழுங்கி,
உறிஞ்சிய
காற்றில்
உப்பு நெடி...

என்று
அலையடங்கும்
உள்வாங்கும்
எண்ணத்தில்
சுனாமி...

அறிவைத்
தெளிவை
அலசினேன்
அறியாமை
அகல்வதற்கு
அதென்ன
துணியா
துவைப்பதற்கு...

வானிலவு
வாசலில் வரும்
வீட்டுக்குள்
வெளிச்சம்
வழங்குவதென்னவோ
விளக்குதான்...

நிலா

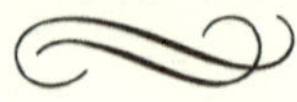

சலனப் பரப்பை
உள்ளே வரித்து
அசைவற்ற குளத்தில்
அலை வளையங்கள்
காற்றுமில்லை
கல் விழவுமில்லை
காரணம் யாரோ?

ராட்சச
பூதங்கள்
நடக்கவுமில்லை
பூமியின்
நடுக்கமோ?
பாதத்தில் இல்லை
ஆயினும் சலனம்
யார் காரணம்!

மேகச் சேலையை
வான் மகள்
திருத்திட
அசைவற்ற பரப்பு
கண்ணாடி போல்
இருந்தது

அலங்காரம்
முடிந்ததாய்
தகவலும் இல்லை
வரிசைக் கோடுகள்
வரைந்தது யார்?

பகலை விழுங்கிப்
புறப்பட்டது
நிலா...
பார்த்ததும் சலனம்
பரப்பினில் மகிழ்ச்சி
உறவதன் நெகிழ்ச்சி...

இயற்கையில்
இழையோடும்
அன்பின் செறிவு
இருந்தால்
விளங்கும்
மனிதரின் அறிவு...

வடிகால்

மழைக்கால
நீர்க்குட்டை
அழைக்காத
தென்றல் காற்று
அதெப்படி
அதனில்
அத்தனை வளையங்கள்

நெற்றிப் பொட்டில்
விட்டெறிந்த கல்லாய்
சுளீர் என்ற சத்தம்
சலனமில்லை
பூமிக்குள்
புடைத்த காற்று
புல்லாங்குழல்
ஊதியதோ?

கண்ணாடியில்
நிழல்
கால்களுக்குக் கீழ்
கண்டதொரு
பறவை...
கதிரொளியைக்
கக்கத்தில்

பூட்டியதால்
காட்சியானது...
எறிந்துவிட்ட
நெருப்புத்துண்டம்
எங்கு மறைந்திருந்தான்
மேகத்தின் காதலன்
வெண்ணொளியில்
விழி மலர மிரள
தாவரக்கிளையில்
தானமர்ந்த
சாதகப் பறவை...

உள்ளக் கிடங்கின்
ஊமைச் சகதியின்
ஓங்காரம்
நிசப்தத்தில்
மோதல்
யுத்தத்தின்
முடிவில்
வடிகாலானது
வார்த்தைகள்...

நல்லதாகும் உயிரே

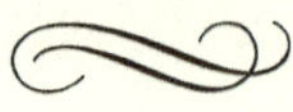

நீர்த்திவலைக்
குமிழிக்குள்
நிறைந்துள்ள
காற்று
ஆர்த்தெழும்பி
புயலாக
ஆகிவிடும் ஆசை...

போய் வந்து
புழங்குவதைப்
பெரிதாக எண்ணி
பட்டயம் போட்டதாகப்
பெருமையுடன் சிரிப்பு...

பொம்மலாட்டக்
காரன் விரல்
படபடக்கும் அசைவில்
நிழல் தோன்றிக்
குதிபோட இசைவு...

சோம்பலுக்குள்
சுகம் தேடிச்
சயனிக்கும் போதில்,

அவன் நினைத்தால்
அண்ட வெளியில்
அவிழ்ந்துவிடும் முடிச்சு...

நாளை வரும்
வேளையதை நிச்சயமாய்
காலையிலே
காணலாம்;
நேர்மறையாய்
நம்பியிரு
நல்லதாகும் உயிரே...

குடிகாரப் பூமிப்பந்து

விரி மண்ணின்
வெளிச்சத்தில்
வீழ்ந்ததொரு
நிழல்,
அதன்
வடிவத்துக்
கருவில்
வாழ்ந்ததொரு
உயிர்...

நாடோடிச்
சூரியனின்
குதிரைகள்
நாற்புரமும்
விரைய,
நிழலும்
மறைய

நெட்டுயிர்த்த
கருக்குஞ்சு
நெக்குருகி
நெருப்பில்
பொசுங்கும்...

சூல்மேகச்
சக்களத்தி
சுருக்கென்று
வயிறுதள்ளி,
காற்றுக் காதலனின்
கரம்பிடித்து
வீழப்

பூமியை
முத்தமிடும்
பூப்பூவாய்
மழைத்துளிகள்...

மேகத்தின்
வயிறு முற்றும்
வழிந்தோடிக்
கரைய

நிழல்
கர்ப்பம்
நிம்மதியாய்
பிரசவித்து
ஓட்டம்...

குமிழ்
குழவிகள்
குழம்பியே
நர்த்தனமிட,

கொள்கலனாய்
குடித்துவிட்டு
ஏப்பம் விடும்
பூமிப்பந்து

மயில்

ஒரு மயில் - அது
ஒருமையில் - என்
தோட்டத்தில்
வருகையில்
பெருமையில்
விரித்ததன்
தோகை - பின்
போகையில்
தோகையின் ஓரிழை
என்கையில்...

மண் வாயான்
மன்னவன்
கண்ணனின்
பொன்னுயிர்
கிரீடத்தின்
தலைமையில்
மின்னிடும்
தோகை போல்
ஓரிழை
என்கையில்

வாகான
வாகனமாய்

மயில் தேர்ந்து
மைல் கணக்கில்
வளையவரும்
வேலவனின்
மயிலிறகின்
ஓரிழையும்
என்கையில்...

தேசியப்
பறவையென
தேர்ந்திட்ட
நன் மயில்
உண்மையில்
நம்மயில்
இம்மையில்
இறகெந்தன்
உரிமையில்
இனி கந்தனாய்
இருப்பேனினி
பெருமையில்...

அருமையில்
அந்த அழகுமயில்
அண்மையில் வந்திடில்
உண்மையில்
பேணுவேன்
நன்மையில்
ஏனெனில் அது
நம் மயில்...

முதிர் கன்னி

ஒரு மாத
பூனைக் குட்டி
எதிர் வீட்டில்...
ஆறு மாதம்
கழிந்ததின்று
அதுவும்
போட்டது
குட்டி...

பூ
மொட்டு
கிளையில்லா
ரோஜா குச்சி
தொட்டியில்
புதைந்து
ஒன்றரைத்
திங்களில்
பூத்தது
ரோஜா...

மோட்டு
வளையில்
பிறந்த இரு
குருவிக் குஞ்சு

பக்கத்து வீட்டில்
கூடுகட்டிப்
பொரித்தது
குஞ்சு...

வயதுக்கு
வந்த நாளோ
விழாவோ
இவைகளுக்கு
இல்லை
வாய்த்தது
வாழ்க்கை...

பூப்படைந்து
பலரும்
அறிய
விழாவெடுத்து
வராத
வரனுக்காய்
முதிர்கன்னி
பட்டம் பெற்று
முதிர்ந்த
பதினெட்டாண்டு...

வல்லமை தாராயோ?

வல்லமை தாராயோ?
வெகுண்டெழு வினாவினை
சொல்லமை கவிவேந்தன்
சுப்பிரமணிய பாரதியின்
உள்ளமே கேட்டதெல்லாம்
உலகமே நலம்பெறத்தான்!
எள்ளளவும் குறையவில்லை
இன்னும்துயர் நீங்கவில்லை...

கொல்லவே கண்டமெல்லாம்
குறைவின்றி நோய்த்தொற்று
இல்லவே இல்லையென்று
எங்கும் சுகம் உள்ளதென்று
வெல்லவே மிகமுயன்று
வேரறுக்கும் வழிகாண
வல்லமை தாராயோ?
மாண்புடன் வாழ்வதற்கே...!

பொய்திருட்டு கோபம்காமம்
பொருந்தாத வழக்கங்களும்
கையூட்டு கழுத்தறுப்பு
கலவரங்கள் சாதிபேதம்
மொய்விரும்பி விழாப்பேணும்
முறையற்ற சடங்குகளும்

வாய்பின்றிப் போக்கிடவே
வல்லமை தாராயோ?

பிறர்பொருள் வெளவுதலும்
பொறாமையுடன் பொச்சாப்பும்
அறம்பிறழ் வார்த்தைகளும்
அறிவற்ற செயல்பலவும்
துறவறத்து வேடங்களும்
தூய்மையிலா வாழ்நெறியும்
விறகிட்டு எரித்திடவே
வல்லமை தாராயோ?
பக்திநெறி பண்புறுசெயல்
பாரதத்தின் முழுமைக்கும்
நித்தியமே நடப்பென்று
நெஞ்சார்ந்த உறுதிமொழி
சத்தியமாய் கொள்வதற்கும்
சரிநிகர் சம வாழ்விற்கும்
மொத்தமாய் சபதமேற்க
வல்லமை தாராயோ...

பொதுவுடமை பூக்காடாய்
புண்ணியமிகு பாரதமாய்
எதுவரினும் ஒற்றுமையாய்
இனமொழி பேதமின்றி
மதுவிலாத மாநிலமாய்
மங்கையர்க்கும் சமவளவாய்
விதிவகுத்த வாழ்வமைக்க
வல்லமை தாராயோ...?

∴ ஆயுதமே!

உச்சிமரக்
கிளையில்
கிறீச்சிடும்
பறவை...

என்
மனக்கண்ணில்
உன்
கொலுசுகளின்
கிண்கிணி ஒலி...

படபடவென
சிறகடித்துப்
பறக்கிறது
வானில்
என்
கண்ணில்
உன்
இமைகளின்
படபடப்பே
படமாகிறது

சூன்ய
வானத்தைத்
தொடும்
புள்ளியாகிறது
பறவை

இதயக்
கூட்டில்
துள்ளிப்
பாய்கிறது
புது இரத்தம்

உயிராய்
மெய்யாய்
உலவுகிறாய்
உனக்கான
ரசிகர்கள்
கோடி கோடி...

மெல்லினத்தின்
இடையினத்தில்
மயங்குகிறார்...

தேடித்தேடி
அவர்களை
வெல்ல
வல்லினமாக
மாற
முடிவு செய்தேன்...

என் கையில்
இருப்பதோ
ஆயுதம்
மட்டும் தான்...

இயக்கம்

அசைவின்
அலம்பல்
அணைக்குள்
அடங்கும்
ஆயினும்
ஓசை
அனைவரின்
செவிக்காம்

புதைகுழிப்
பள்ளப்
பரப்பினில்
குமிழிக்
காற்றும்
கொக்கரிக்கும்
மேல் விழும்
நிலத்தின்
சுமையில்
தூங்கும்...

இயக்க
எழுச்சி
வெப்பமாய்
விரையும்

கால்களில்
வேர்க்கும்
கனநீர்
குருதியின்
கட்டிலா
ஓட்டம்...

நிலங்களின்
பிளவில்
நின்றாலும்
ஊன்றி
ஒரு நூறு
தூவிகள்
தாங்கிப்
பிடிக்கும்
தவறுகள்
புரியும்...

மூச்சிரைப்பும்
பிழையினை
முறையாக்கிய
கறை மனமும்
தவிலடிக்கும்
தவிப்பிருக்கும்
தொடர் நினைவின்
தோளில் ஏறும்...

உயிருக்குள்
ஒடுங்காத

ஒழுங்குகள்
அழுக்காகும்
கழுக்கமும்
கள்ளமும்
சுயநலச்
சார்பின்
சுற்றுக்குள்
சிக்கிக் கொள்ளும்...

இருவேறு
சிந்தனைகள்
எதிரெதிர்
மோதிக்கொள்ளும்
வெற்றி தோல்வி
மாறி மாறி
மறுபடியும்
தொடக்கமாகும்...

முற்றுப்புள்ளி
இற்றுப்போகும்
வற்றும்
ஆற்றில்
வசந்தம் வீசும்
அசதியே
வசதியாகும்
கிறக்கமும்
வழக்கமாகும்

கடக்கலாம்

இந்த உலகினில்
எதுவும் நடக்கலாம்
அடுத்த திங்களில்
அதையும் கடக்கலாம்...

கடலும் வழிமீறலாம்
கரைமேல் சுழிஏறலாம்
சுனாமியும் ஆகலாம்
சுருங்கியும் போகலாம்...

கதிரவன் கொதிப்பினில்
கானல்நீர் தோன்றலாம்
குடிநீர் போலவே
குடிக்கவும் கிடைக்கலாம்...

நியமங்கள் பிசகலாம்
நீதியும் கசங்கலாம்
தோல்வியே வெல்லலாம்
தோற்றமே மாறலாம்...

கலியுக மாற்றங்கள்
கடுமையாய் தோற்றலாம்
வந்ததை வணங்கியே
வாழ்க்கையும் நடக்கலாம்...

தொடர்கதை சுருங்கியே
சட்டென்றும் முடியலாம்
இங்கெதுவுமே நடக்கலாம்
அதனையும் கடக்கலாம்.

ஹைக்கூ

விழி மூடித்திறக்கும்
விளையாட்டு பொம்மை
குழந்தையின் மடியில்
உறங்கியபடி
குழந்தையோ
தாயின் மடியில்
உறங்காமல்...

குழந்தைக்கு சோறூட்ட
வந்த நிலா
தாய்க்கு குழந்தையூட்ட
திகைத்து உலா

தொட்டில் குழந்தைக்கு
தாயின் தாலாட்டு
தாய்க்கோ குழந்தையின்
வாய்ப்பாட்டு...

ஊர்ந்துவரும் குழந்தை
உலகு புகழ் பெற
தாயின் விருப்பம்
தாயே உலகமென
குழந்தையும் இருக்கும்...

குழந்தைகள் சண்டை
கொண்டாட்டம் விளையாட்டு
பெற்றோர் வாய்பொத்தி
பேசாதிருந்தால்...

நடை வண்டி பயிலும்
குழவி
நடைமிக தளர்ந்த
கிழவர்
துருவங்களின் சந்திப்பு
பருவங்களின் பங்களிப்பு

தத்தித் தவழும் நடை
திக்கிப் பேசும் மழலை
குழந்தையின்
பொக்கை வாய்ச் சிரிப்பில்
பூவுலகமே பூரிக்கும்...

விடு! பிடிவாதமே

இதழ்த்தேன் அருந்த உந்தன் வாய்தா...!
புது மலரே அதற்கேனிந்த வாய்தா?
உன் நெஞ்சில் சாய்ந்தாலே சேய்தான்;
தண்மலரே அப்போதில் தாய்தான்...!

என்நோக்கம் உனக்கின்று படுதா?
கண்நோக்க நமக்கிடையேன படுதா...
சுவைகொண்ட உந்தன் வார்த்தை
அவைகேட்டு உடலும் வேர்த்தேன்...

நினைவெல்லாம் நின்னுருவே பதியும்
துணையுனக்கு நானேதான் பதியும்;
சொர்க்கமுன் மடியென்று விழுந்தேன்
வார்த்தஉன் மலரிதழில் விழும்தேன்;

தொட்டிலாகும் எனக்குமுன் மடியே;
கட்டிப்பிடிக்க மிகவிருப்ப மடியே...!
கரைபுரண்டு வருமழகு நதியே;
அணைதிறந்த ஆசைசன் னதியே...!

கூட்டணியில் நாமிணைந்தால் தேர்தல்;
போட்டியதில் வென்றாலே தேறுதல்!
மணங்கொள்ள செய்வேன்பல வாதமே;
இணங்கிமெல்ல விடுபிடி வாதமே.!...

நன்னம்பிக்கையே தன்னம்பிக்கை

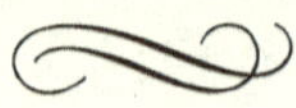

தன்னெஞ்சறிய தகைசான்ற
செயலாக்கமே தன்னம்பிக்கை
உன்னெஞ்சில் உறுதி வந்தால்
உருவாகும் தன்னம்பிக்கை...!

மாக்கடலில் விரிவலையில்
மீன் படுதல் தன்னம்பிக்கை
பாற்கடலில் பரந்தாமனின்
பேரருள்வரும் தன்னம்பிக்கை!

விடிகாலைப் பொழுதுவரும்
விழித்திடலாம் தன்னம்பிக்கை
முடியாத செயலாக்கம்
முழுமைபெறும் தன்னம்பிக்கை...!

முடிவெடுத்து மூழ்குவோர்க்கே
முத்துவரும் தன்னம்பிக்கை
படிப்படியாய் வளர்த்திடுவோம்
பரிசளிக்கும் தன்னம்பிக்கை...!

பற்றில்லா வாழ்க்கையிலே
புலனடக்கம் தன்னம்பிக்கை
விற்பன்னர் வித்தைகளில்
வேண்டுவதே தன்னம்பிக்கை...!

அம்மா

வாடகை
வரவில்,
இரவல்
கருவில்,
குழந்தை
பெறுபவள்
தாய்......

சேவையில்,
கருணையில்,
தோள்களில்
ஏழையரைச்
சுமப்பவள்
அன்னை......

உறவினில்,
உணர்வினில்,
உயிரினில்,
உரிமையில்,
வயிற்றினில்,
கருவைச்
சுமந்து
பெறுபவள்

மட்டுமே
அம்மா...
மற்றவரெல்லாம்
சும்மா

“சரிநிகர்சமம்”

சிலை
எண்ணங்களை
ஏழாக மடக்கி
எங்கேயோ
ஒளித்து வைத்தேன்;
பெட்டகத்திற்குப்
பூட்டு இல்லை;
ஆனால் சாவி
என் கையில்...

அதள
பாதாள
ஆழ்துளையில்,
அற்புதமாய்
பூ விதைகள்,
கால வெள்ளத்தில்
முளைத்தனவோ
நச்சுக் கொடிகள்...!

வானத்தைக்
கழுவி விடும்
மேக ஓவியத்தில்
அழகினைத்
தேர்ந்து

மயக்க அச்சகத்தில்
வண்ணப் பதிவிட்டேன்;
காட்சியானதோ
கொடூரக்
கொலை முகங்கள்...

முத்துக்களாய் மின்னிய
மண் உருண்டைகளை
சிலந்தி நூலில்
சட்டெனக் கோர்த்து
மாலையாக்கும்
முயற்சியில்
தோல்வி...

உணர்வை மறந்த
உடலின்
உறக்கத்தில்,
சிறகை விரித்தன
கனவு ஒலி
ஒளிக்காட்சி...

தேர்வில் குழப்பம்
ஆர்வக் கோளாறு
தீதும்
நன்றும்
சரிநிகர் சமானம்...

அகத்திருள் அகற்றுவீர்

மும்முறை வலஞ்சுற்றி
        மண்டியிட்டுச் சிரந்தணித்து
நான்மறை தன்னையோதி
        நாளெல்லாந் தியானித்து

பூவாரம் பலசாற்றிப்
        பலகாரம் சிலகாட்டி
அவதாரம் பலவெடுத்த
        ஆண்டவனுக்கு காயுடைத்து

அறமறியா மனத்தாலே
        அவன்தாள் மிகப்பணிந்து
திறமில்லை கற்கடவுளென
        திட்டுவதும் ஏனய்யா?

அகத்தின் பேரிருளை
        அனைத்தும் போக்கிவிட்டு
சுகமறியா ஏழைகட்கு
        சிற்றுதவி தான்செய்யின்

எண்ணியவை ஈடேறி
        இன்பம் தேடிவரும்
கண்ணில்லா பணத்தையே
        காத்திட எண்ணாதீர்

ஏழையின் உருவிலே
இருப்பவன் இறைவனே
கூழையான பணத்திலே
கூடான் இறைவனே...

“ஒரு ராணியின் மகுடம் அடகு கிடக்கிறது”

நில சாம்ராஜ்ய
தேட்டத்தில்
நெடும்போர் நிகழ்த்தாமல்
உள காம வேட்கை
நாட்டத்தில்
இளம் மன்னர்களின்
எழில் வதன மகுடங்களைக்
கவிழ்த்த ராணி...

ஈசலாய் இறகடிக்கும்
ஈனமிலா காமத்தால்
வாலிபக் குருவிகளை
வதைத்து ருசித்தவள்

அத்தமிக்கும் போதந்த
அரசிக்கு விடிகாலை;
கருக்கலாய் சுருங்கும்
பெருநாட்டைக் கயவர்கள்
சுருட்டும் படலம்
சிறிதும் அவளறியாள்...

அந்தப்புரச்
சொந்தங்களும்
ஆயிரமாய்
அதிகரிக்க
எந்தப்புறம்
இளமையெழில் போகும்
என்பதும் அறியாப் போகப்
புதுமையானாள்...

புற்றுநுழை பாம்புகளைச்
சுற்றியுடன் தாமூர்ந்து
மேகநோய் ஊற்றெடுக்க
செல்வபல நலங்களும்
சொல்லாமல் தாமேக
பசியரக்கன் நாவுக்காய்
மகுடத்தை அடகு வைத்தாள்...

இப்போது
நடுவீதி சொந்தப்புரமாய்
நாலுபேர் வசை மொழியில்
குளித்துக் கிடக்குமொரு
ராணியின் மகுடம் அடகு கிடக்கிறது
கோணிச் சிலர் முகப் படகு கடக்கிறது.

“கையொப்பமில்லாத காதல் கடிதம்”

இமைத் திரைக்குள்
சிமிட்டுமிரு கருவிழிபோல்
கரியமசியில் தோய்ந்தவொரு
காதல் கடிதம்
கையொப்பம் இல்லாதது
மெய்யொப்பும்
வாசகங்கள்;
வரைந்தனவோ
வளைக் கரங்கள்...!

நினைவுச் சேற்றில்
நிமிட்டும் குமிழிகளாய்
கொப்புளிக்கும்
தேவியர்... திருநாமங்கள்!
தெளிவில்லை...

வாடகைக்கு வந்தபல
தாரகையரை
காதலிப்பதாய் சொன்ன
காரியப் பொய்கள்
ஆறியபின் கொதித்ததால்
எவளோ... எழுதியவை...

ஒப்பந்தக் கூட்டில்
விடுபட்ட பற்றுக்காய்
புதுக்கணக்கு வரவுக்காய்
மதுக் குடித்த மயக்கத்தில்
மாதொருத்தி வரைந்தவை
ஏனெனில் போதை தரும்
வாசகங்கள்...
ஆசைமிகு வசனங்கள்...

கடன் வசூலைக்
காமப் பெருக்கலால்
உடல் மூலம் வகுத்து
இன்பத்தைக் கூட்டி
எனைக் கழிக்க
நினைப்பவள் யார்...?

ஓகோ... அவள்!
ஆம்! அவளேதான்...
நானறிவேன்...!
நாமம் உரைக்கிலேன்
இப்போது இயம்புவேன்.
"கையொப்ப மில்லாத
காதல் கடிதமொன்று
மெய்யொப்பும் வாசகத்தால்
பொய்யாகிப் போகிறது......"

தலைகீழ்...

எல்லாமே
தலைகீழாய்
எப்போதும்
தலைகீழாய்...

பிறக்கையில்
பூமி நோக்கி
நகர்கையில்
பின்னோக்கி...

அகரத்தைப்
பகைத்து
ஆயுதத்தில்
ஆரம்பம்...

இரவில்
உறக்கம்
இருவிழி
மறுக்கும்...

ஞாயிறு
புலரும்
இருவிழி
இறுகும்...

வயதினில்
தவங்கள்
மூப்பினில்
மோகம்

பிழைகளில்
வாழித்து
நேர்மையில்
தாழ்ச்சி...

இளமையில்
வறுமை
முதுமையிலும்
வறுமை
தலைகீழ்
இயக்கம்
இதனில்
மிக நேராய்...!

-தள்ளாத வயது வந்தால், தள்ளிவிடும் பொல்லாத பிள்ளைகள் பிறந்துள்ள பூமியிது- இரும்பெனத் தோன்கள் இருந்த காலத்தில், இடைவிடாது உழைத்து ஈட்டிய பொருளால் வளர்ந்துள்ள பிள்ளைகள் - தள்ளாத வயது தனக்கும் உண்டென்று உணராத பிள்ளைகள் - தளர்ந்த காலத்தில், தன் தகப்பனைத் தாங்காமல் தள்ளுகின்றன. வலுவிழந்த உடல், வருத்தும் பசியால் வலுவில் ஓட்டைப் பிடிக்கின்றது- படிதோறும் அலைகின்றது; வறுமையில் தானே புலமை பிறக்கும். தத்துவத்தைப் பாட்டாக்கி, தடியொன்றைத் தாங்கலாக்கி, தவழ்ந்து வந்த முதியோனைக் கண்டேன். அவன்தன் பாடலால் அதிசயித்த நான் - அவன்தன் வாழ்வால் வருந்தினேன். வியப்பு மேலிட வளமையான கருத்துள்ள பாடலைத் தந்த அவனைப் புகழ்ந்தேன்.

இதோ அந்தப் பாடல்

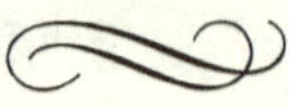

தண்டூன்றித் தள்ளாடித்
தவிக்கின்ற கிழமுடவன்
பண்ணூன்று பாடலிலே
பலகோடி ஞானமுண்டு...

பிடிசோறு தான்வேண்டிப்
பிடிக்கின்ற ஓட்டினிலே
வடிநீரில் வாசமில்லை
வாய்ப்பாட்டில் மணமுண்டு...

நரைத்த மயிரோடு
நலிந்த உடலதனில்
திரைத்த அழுக்குண்டு
தெளிந்த பாட்டுண்டு...

சட்டை நைந்ததனால்
சாடும் குளிரினிலே
கட்டை நடுக்கமுண்டு
கானம் உறுதியுண்டு...

வெள்ளமென வார்த்தையில்
வெளியேறும் பாடுகள்
உள்ளத்தைத் தொடுவதற்கே
உயர்குரல் தானுண்டு...

மூப்பு அழுத்திடவே
முதுகு குனிந்தாலும்
மூத்த உவமைகளே
மேலோங்கி நிற்பதுண்டு...

பேச்சடங்கிப் போவதற்கு
பொழுது குறைவெனினும்
மூச்சடங்காப் பாடலதோ
மூப்பின்றி நிற்குமன்றோ...

மரங்கள்

வானளாவிய
மரத்தின் நிழல்
நிலைகொள்ளாமல்
அலைந்தபடி
அங்குமிங்கும்...

சூரியக்
காதலனின்
ஒளிச்சுமை
அழுத்துவதால்,
அலைபாயல்...

இடையிடையே
கிளை தேடிக்
கிறீச்சிடும்
குருவிகள்
எச்சங்கள்
திலகங்களாய்...

புள்ளியாய்
சுருங்கி,
வான் முகட்டில்
வீழ் கற்களாய்
விரைந்து

இறங்கும்
கழுகுகள்
உச்சியில்
பூக்களெனக்
கூடுகள்,
குஞ்சுகள்,
பஞ்சுகள்...

பங்காளியாய்
பரபரக்கும்
காற்று;
பரிசம் போட்ட
பெண்டிராய்
பக்குவமாய்
தழுவும்
பாங்கு...

பசுமையிலை
சாயமிழந்து,
சருகுகுள் உதிரும்
சத்தம்;
இத்தனையும்
மரங்களுக்கு
இயல்பே...

கோடரியால்
கூறுபோடக்
காத்திருக்கும்
மனிதன்

கோழி இறக்கைகளில்
குஞ்சுகளாய்
அதன் நிழலில்
கெஞ்சிடுமோ
மரங்கள்...?

மரங்களின்
வரங்களே
விறகுதான்...
தரங்களில்
சிறந்தவை
தச்சர்தம்
கைவினைகளால்
பர்னிச்சராம்...

கடுதாசி - கைபேசி

செய்திகள்
சுமக்கும்
படகுகளாய்
கடிதங்கள்;
கை பேசிக்
கல்லறைகளில்
புதையுண்டன...

அன்புள்ள
எனும்
உயிர் வார்த்தை,
இப்போது
அர்த்தமற்று
அறியாமலேயே
நீர்த்துப் போனது...

விசாரணையில்
வெளிப்படும்
வாஞ்சையும்,
பாசமும்,
மொழிச் சுவையும்,
மூச்சடங்கி
முடங்கியே மறந்தது

அந்தரங்க
வாசகமும்
மடலேறி
வந்தவுடன்,
சொந்தரங்க
மேடைக்குள்
சுருண்டது;
மறைந்தது...

கைபேசியில்
பொய் பேசிப்
பிரிந்தாலும்
கடுதாசி
போலின்றிக்
கண்டவர்க்கும்
கைவசமாய்
ஆகிறது...

கைபேசித்
தொலைபேசி
அலை வீச்சில்,
கடுதாசி
விடுத்தாச்சு
எல்லாமும்
வலையாச்சு,
விலையாச்சு,
புதுக் கருவி
மதுவாச்சு;
போதைப்
பொருளாச்சு...

காதல் கடிதம்
காலம் சுணக்கம்;
காதில் காதல்
கைபேசி மணக்கும்...

விரைவு நேரம்
குறைவு
கைபேசித் தரவு
கண்ணெதிர் உறவு...

பொழுதை விழுங்கும்
பொறுமை மழுங்கும்
கடிதம் தாமதம்
கைவரச் சேமமாம்...

இவ்விரண்டின்
நன்மை - தீமை
சீர்தூக்கின்
உண்மை, கடிதம்
நன்றாம்...

நியாயச் சுழல்

செக்கான
மனம்
சிக்காமல்
சுழல,
உணர்வு மாடு
நிற்காமல்
நடக்கிறது...

அரைபடும்
ஆசைகளில்
அதிகளவு
பிழியப்படுவது
சோகங்களே...!

மென்மேலும்
கொட்டப்படும்
சாரமற்ற
வார்த்தைகளில்,
சிற்சிலவே
அர்த்தப்படும்...
சுழலும்
சொற்களுக்கோ
சோம்பல் இல்லை

திசைகள்
நான்கெட்டென
தெரிந்தாலும்,
பதிந்த தடம்
பிறழ்வதில்
பழக்கமில்லை

ஞாலமே
சுழல்வது
இப்படித்தான்
என் காலமும்
இவ்வழியே
சுழலட்டுமே...

அலை பாயுதே

மொட்டை மாடி
மாலை வெயில்;
பெட்டைக் குருவி
பறக்கும் புறாக்கள்;
பார்ப்பதே அரிதாம்
தோகை மயில்கள்
தொகையும் குறைவே
பக்கத்து மாடியில்
பூனைகள் உரசல்;
எங்கணும் இயக்கம்
ஏதேதோ இரைச்சல்;
எட்டாத வானம்,
எத்தனையே முறிவொனி
மேகங்கள் மோதல்
மெல்லிதாய் இடியொலி
வெள்ளியாய் நகரும்
புள்ளியாய் விமானம்
நெடிதாய் வளர்ந்த
படியாய் தென்னை
ஓலைகள் தேயல்
ஒலிகள் மிளிரல்
நெடிதுயர் மரத்தில்
குடிவரும் இணைகள்
கிருட்டிணப் பருந்தை

திருமால் பக்தர்கள்
வணங்கும் காட்சி
வாய்க்கவே இல்லை
மின்னலை கோபுரம்
மிரட்டியே விரட்டிட
புரட்டியே போட்டது
பறவைகள் வாழ்க்கையை...

சொற் சொதப்பல்

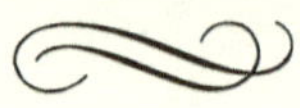

என்னை
மயக்கும்
எண்ணங்களில்
நீ யோர்
புது விதம்...

ஏதேதோ
ஈந்த போதும்
மாந்தவில்லை;
மறுத்துவிட்டாய்
நான்
ஏமாந்துவிட்டேன்...

உனக்குத்
தேவையெனத்
தந்தவையென்
மன வழிகளில்
முளைத்தவை...

கடன் வாங்கி,
கவர்ந்தெடுத்து,
தாரை வார்த்து,
தந்தவையில்லை,
என்

உள்ளுணர்வு
பிரசவித்த
குறைவற்ற
கவிதைகளே...

முரண்பட்ட
வார்த்தையென
முகம் சுழித்தாய்;
உடன்பட்டுத்
திருத்தியதை
உலையடுப்பில்
உண்ணவிட்டாய்...
பாதைகளில்
ஓர் வழியுண்டு
பார்வைகளிலும்
ஓர் வலியுண்டோ?

மனச் சுரங்கம்
வற்ற வற்ற
மாறி மாறி
ஊற்றெடுத்தேன்...
அத்தனையும்
விழலுக்கிரைத்த
நீரென்றும்
என்னை நீ
யாரென்றும்
கேட்டுவிட்டாய்...

அர்ச்சகன்

திருத்தப்படாத
வார்த்தைகளின்
கோர்வை
என்
கவிதை;
நீயதை
ஒரு தரம் புரட்டினால்
உருப்பட்டு விடுமே...!

ஆழ்துளைக்
கிணற்றின் அடியில்
அசைவிலா
நீர்போல் உன்
மவுனம்;
தமிழ்க்கற்கள்
போடுகிறேன்,
ததும்புமா உன்
கவனம்...

முன்போந்த
அலையின்
பின்போகும்
நிலையாய்
தொடருமென்

படையெடுப்பு;
பிந்தாதே உன்
விடை அனுப்பு...

கற்சிலை
வடிவம்போல்
நளினம்;
உற்சவ மூர்த்தியாய்
சுமப்பேன்
சிற்சில
வார்த்தைகள் பேசு;
அழகு தமிழ்
அர்ச்சனையைத்
தொடர்வேன்...

துணை வரப் பாடுகின்றேன்

மனவெளி அரங்கத்திலே
மயிலென நடம்புரிந்தாள்
மைவிழி காதல் சொன்னாள் - அந்த
மந்திரம் கொல்லுதடா... பல
தந்திரம் சொல்லுதடா......

கனங்குழை ஊசலாட
கமல இதழ்விரிய
கனித்தமிழ்ப் பாடல் சொன்னாள் - அந்த
கீதத்தில் குளித்தெழுந்தேன் - பல
வேதங்கள் களித்தறிந்தேன்...

முகந்தரு அபிநயங்கள்
மிளிர்ந்திடப் பலநயங்கள்
மலர்க்கொடி வரவழைத்தாள் - அந்த
மாட்சியில் மயக்கமுற்றேன் - அவள்
ஆட்சியில் செயலிழந்தேன்...

நகக்குறி தரைகீற
நெறியுடன் ஓவியங்கள்
நாற்புரம் வரைந்திட்டாள் - அந்த
நளினத்தில் திண்டாடும் - புதுக்
களியுண்ட வண்டானேன்...

நிமிர்கையில் சிலையழகாய்
நடக்கையில் கலையழகாய்
நடத்தையில் கண்ணகியாய் - அவள்
நேர்த்திக்கோர் விலையில்லையே - புகழ்க்
கீர்த்திக்கோர் அளவில்லையே...

நிமிடங்கள் நாழிகையாய்
நாழிகை நாட்களுமாய்
நாட்களும் மாதங்களாய் - அந்த
நினைவினில் வாடுகின்றேன் - அவள்
துணைவரப் பாடுகின்றேன்...

வினையெச்சம்

அவளை
அழகென்றேன்!
ஆராதிக்கச் சொன்னாள்...

அன்னை
என்றேன்!
வணங்கிடப் பணித்தாள்...

பாட்டி
என்றேன்!
பணிவிடைபுரிய சொன்னாள்...

எனக்கும்
எழுபது
என்றேன்!

உடனே
எழுவாய்
உன்னால் பயனிலை என்றாள்...!!

இதுவே
எந்தன்
வினையெச்சம்...!!!

நானே! சரிதானே?

தெரியாத உந்தன்
தெருவும் எண்ணும்
தெளிவாக எந்தன்
மனத்திரையில்
முகவரியாய்...

மேகத்திரள்கள்
மறைக்கும்
மரங்களின்
ஊடாடி
நுழையும்
நிலவொளியாய்...

முத்தங்களால்
விளைந்த
மோகனமும்
நரம்புகளில்
மீட்டப்பட்டு
நாதமாக...

அஞ்சிய
பழிச்சொற்கள்,
ஆதார
சாட்சியாகி,

அடுத்தகட்ட
நகர்வுக்கு
நற்சொன்று...

விழி மலர
இதழ்விரிய
வார்த்தைப்
பிரசவிக்க
மருத்துவத்
துணையாய்
கருத்துருவாய்
தமிழமுதாய்
துணையாக
மானே
நானே சரி
தானே?

ஆராதனை!

உன் உருவே என்
கண்ணிமைக்குள்;
கண்ணியமாய்
ஆடை கட்டி,
ஆராதிக்கும்
அன்பு நெஞ்சம்...

மிடறு
விழுங்குகிறேன்;
மனத்திரையில்
நிழலுருக்கள்;
அத்தனையும்
ஒத்திசைந்து
ஓர் ஒளியுருவம்!
பொற்றளிராய்;
பெண்ணே! அது
நீ தானே...!

ஈடில்லா
முகவெட்டில்,
பிரம்மனே
பிரமித்தான்;
பின் எப்படி
உன் உருபடைத்தான்?

வினவிய எனக்கு
வழங்கிய பதிலில்,
எல்லாமும் எனக்கென்றே
இயம்பிவிட்டான்...!

அவனுக்கான கோவில்
அடி மனத்தில், அதனை
அடியோடு காலி செய்து
குடிவைத்துன்னைக்
கொண்டாடுகின்றேன்...

எடையில் இடைவெளி

நியாய விலைக்கடை
நீண்ட நெடுவரிசை
சமூக இடைவெளி
சரியாகப் பேணுதலில்
முறையாக நின்றேன்;
என் முறையில் பொருள் வாங்க
ஏந்தினேன் பைகளையும்;
டிஜிட்டல் தராசும்
டிமிக்கி கொடுக்கவில்லை;
முறையான அளவை
முன்னே காட்டியது!
முறையற்ற சரியது...
பக்கத்து கடையில்
பழையபடி சமரசமாய்
எடையிட்டேன்;
என்னே இடைவெளி!
பொருளுக்கும்
எடைக்கும்;
சமூக இடைவெளி;
மனிதர்க்கு மட்டுமன்று;
நியாய விடைக்கடை
தராசுக்கும்
கொரோனா...

எனவே,
எடையில்
இடைவெளி...!

பெருமிதம்......

மழைக்கால
கட்டடமாய்
மங்கலாய்
தெரியும்
முகம்...

தெளிந்த
நீரின்
அடிப்பரப்பு
கலங்கிடத்
தெரியும்
விதம்...

கண்திரை
சுருக்கி
விரித்து
புருவம்
உயர்த்திப்
பார்ப்பதில்
சுகம்...

நீரோடை
மடிப்புக்குள்

நெ ளியும்
நரம்பும்
பார்வைத்
தீயில்
பொசுங்கும்
வாடை...

தேரையின்
உயிர்ப்பு
தெரியாத
அமைப்பு
ஊமைச்
சிறையில்
உறங்கும்
சப்தம்...

நீரின்
பரப்பில்
நிலவும்
ஆடை
உணர்ச்சிக்
காற்றும்
உசுப்பிப்
பார்க்கும்...

சலன
சபல
சங்கல்ப

சங்கீதம்
இங்கிதம்
இழைய
இறுகும்
பெருமிதம்...

கனமானவர்கள்

நெடிதுயர் கோபுரம்
நீலவான் தொட்டதாய்
நினைவில் பதிந்தது
அடிமுடியும் அளப்பரியா
படிவளர்ந்த சிவபெருமான்
குடிகொண்ட கோவிலது
முடியுயர் தலைமிக்கு
நீலவான் தொடும்போது
நிச்சயம் அடியிருக்க வேண்டும்தானே!
பள்ளத்தில் பதிந்து பல்லோர்
நடைதட்டிய நாயகன்;
தலை நிமிர்ந்து
எழுந்ததும் இப்பூமிதானே...

பூவுக்குள் வண்டாய்
மேவி நுழைந்தேன்...
சிரமேல் தொங்கும் விதானமாய்
தோன்றிய பரப்பைத்
தூக்கிய தூண்களில்
செதுக்கிய சிலைகள் சிரித்தன...
எங்களைத் தொடலாம்;
கடத்திடல் கடினம்;
ஒட்டின்றி ஒரே கல்லில்
வடிவமைத்து,

முட்டுமுட்டாக முனைப்புத் தாங்கி
பூச்சின்றி
விசுவகர்மன் மதிநுட்பப்

பேரறிவால்
பல்லாண்டைப்
புழங்கவிட்டுப்
புதியதாய்
பொலிவுடன் உள்ளோம்;
சிலை கடத்தி
விலை பேசும்
வீணர்களால் எங்கள்
நிலை மாற்ற இயலாது
ஏனெனில் நாங்கள் மகா
கனம் பொருந்தியவர்கள்...

காட்சிகளின் மாட்சியே...

இருவட்ட இலைநடுவே
எழுந்திட்ட தாமரை
இருள்பட்டும் நிலைகுலையா
எழிலுற்ற பூமலர்...

அலைநெ ளிவில் ஒளிபுரள
அசைந்தாடும் வெண்ணிலா
கலைபயிலும் கன்னியென
களிப்பூட்டும் தண்ணீர்தான்...

சிறகடித்து ஒலியெழுப்பும்
சில்வண்டு கூட்டமே
பரபரக்கும் போயருந்தப்
புதுத்தேனில் நாட்டமே...

நாணற்புல் தலைதூக்கி
நீர்மட்டம் காட்டுமே
வானவில் வண்ணத்தில்
மீன்கூட்டம் நீந்துமே...

தரைமட்டம் தெளிவாகத்
தானுயர்ந்து தெரியுமே
கரை தொட்டுக் கால்வைத்தால்
கணக்கின்றி ஆழமே...

அந்தியொளி பொன்னொளிர்
அசைந்தாடும் அன்னங்கள்
நந்தியென நின்றிருக்கும்
நடுப்பாறைச் சின்னங்கள்...

பயிர்பச்சை வயலெல்லாம்
பாழின்றி வாழவே
உயிர்பிச்சை வழங்கிடும்
ஊரினேரி வாழ்கவே...

காற்றுக்கு குளிரூட்டி
களித்திடும் குளங்களே
ஊற்றுக்கு உயிரூட்ட
உறவாடும் களங்களே...

நீர்வண்ணம் நீலமா
நெடும்பச்சைக் கோலமா
யார் சொல்லக் கூடுமோ
யாதானும் பாடவோ...

கிளைமுறிவுக் கணுமரங்கள்
காலூன்றி நாட்டியங்கள்
கலைபயிலும் நிழலுருவே
காட்சிகளின் மாட்சியே...!

வண்ணத்தமிழ் சொத்தாகும்

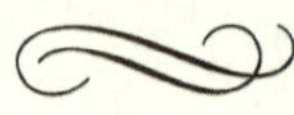

எண்ணெயிலொரு பஞ்சுத்திரி
நின்றெரியும் விளக்காக
உணர்வுகளைத் தானுறிஞ்சி
உருவாகும் பாட்டுக்களே...

எதனையுமே கண்ணுற்றால்
ஏதேனும் பொருள் புரியும்
சுவைபடவே சொல்லுகையில்
தேனாகக் காதில் விழும்...

இளங்கன்று துள்ளலென
எகிறிவரும் வார்த்தைகளை
இழுத்துக்கட்டி வடிவமைத்தால்
ஏற்றமுள்ள கவியமையும்...

ஊற்றாக ஊறிவரும்
கற்பனையைக் கூறுகையில்
அற்புதமாய் சொல்லமையும்
அத்தனையும் மெய்யாகும்...

அழகுக்கோர் அழகுசெயும்
பழகுதமிழ்ப் பொய்களுமே
வழக்கொழிந்து போகாமல்
புழக்கத்திலே பெருமை பெறும்...

கம்பனும் பாரதியும்
கணக்கற்ற புலவோரும்
செல்வையாய் இலக்கியங்கள்
செய்ததிந்த வழிதானோ?...

மரபுகளும் புதுக்கவியும்
உறவெனவே உற்றார்க்கு
வரவுகளே இல்லையானும்
வண்ணத்தமிழ்ச் சொத்தாகும்

வெளியில் விழும்

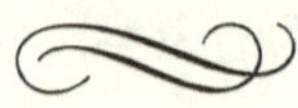

அடைகாக்கும் கோழிக்குள்
அடைபட்டுக் கருவிருக்கும்
இடைபட்டுச் சேவலினால்
எழிற்வெள்ளை முட்டைவரும்...

உள்ளத்தில் பொய்யிருக்கும்
உணர்வாலே வளர்ந்திருக்கும்
கள்ளத்தில் விழும் போதில்
கனிவாக வெளியில் விழும்

ஆசைக்குள் நிறைந்திருக்கும்
அணுவணுவாய் வளர்ந்திருக்கும்
ஆரணங்கின் வனப்பினிலே
அத்தனையும் வெளியில் விழும்...

உள்ளோசை மறைந்திருக்கும்
உடலியக்கம் உருவாக்கும்
துள்ளோசை இசையாகி
தொடராக வெளியில் விழும்...

கனப்பொருளாய் தாமிருக்கும்
கைபுழங்கத் தரமுயரும்
இனவரவின் பசிதீர்க்க
இடையிடையே வெளியில் விழும்

சிரசெல்லாம் வளர்ந்திருக்கும்
        சிலருக்கே நிறைந்திருக்கும்...
வரிசையாய் வாழ்வில் வரும்
        வாட்டத்தில் வெளியில் விழும்...

சிட்டுக் குருவி

சிட்டுக்குருவியை சேதிசொல்ல தேடுகிறேன்
விட்டுப்பறந்து போனதனால் வாடுகிறேன்
மோட்டுவளைவில் அவை சத்தமிடும்
கேட்டு மனமதுவே சுவைத் தாளமிடும்...

மேனியும் இடித்தவாறே அமர்ந்திருக்கும்
வானில் சிறகடித்தே பறந்திருக்கும்
வாயில் இரைகொணர்ந்தே ஊட்டிவிடும்
தாயின் அரவணைப்பில் குஞ்சிருக்கும்...

அடுத்தடுத்து கூடுகட்டப் போட்டியில்லை
சிடுசிடுத்து ஓடுகின்ற காட்சியில்லை
வீடுமாற்றிப் போகின்ற வழக்கமில்லை
சோடிமாற்றி வாழ்கின்ற வாழ்க்கையில்லை...

பகைகாணில் பாய்ந்துதாக்கப் பயமுமில்லை
மிகைவானில் பறந்துபோகும் இயல்புமில்லை
கழுத்தழகு கருப்பாக ஆணுக்குண்டு
பழுப்பான மெல்லிறகு பெண்ணுக்குண்டு

வீச்சலைகள் விரட்டிவிட்ட குருவிகளே
வீட்டருகில் கூடுகட்ட வருவீகளா?
விஞ்ஞனப் புதுமைகளால் இயற்கைகளும்
அஞ்ஞானம் அடைகின்ற கொடுமையென்னே!

பொழுதேன் வரவில்லை...?

கவிழ்ந்த குடையாய்
காட்சிதரும் வானமே - உன்னைக்
கண்டவருண்டு கையால்
தொட்டவருண்டோ...?

அளப்பரிய அறிவியலும்
அளந்தறியா உன் பரப்பு
விழும் பெரிய இடிகளையும்
விட்டெறியும் பரபரப்பு...

மழைமேகப் பூச்சூடி
மின்மினிகள் ஊடாடி
ஆதவனும் அம்புலியும்
அணிந்திருக்கும் பெருமாட்டி...

விண்கோள்கள் வலஞ்சுற்ற
விமானங்கள் பறந்தாட
வழிந்தோடும் பறவைக்கும்
வழிகாட்டும் பொன்மகளே...!

கருமையாம் இருட்டினிலும்
கண்கோடி காட்டிடுவாய்
பெருமைமிகு ஒளியினிலும்
புதுநீலம் கலந்திடுவாய்...

பரந்த மனப்பான்மைக்கு
பாரறிந்த உன்னெல்லை
பாமரர்க்கும் பொதுவாகும்
பொழுதேன்... வரவில்லை...?

இட மாறுதல்

சிவனிடம்
விடுமுறை
வேண்டி
விண்ணப்பித்தார்
சித்ர குப்தன்;
திகைப்புடன்
சிவனும் கேட்டார்
காரணத்தை...?

கால பைரவர்
கோலமும் மாறி,
கைகள் ஓய்ந்து,
கயிறும் பிய்ந்து,
வயிறும் காய்ந்து,
கட்டிலில்
படுத்துவிட்டார்;
பெட்டிப் பாம்பனவே...

நான்,
பிணக்கணக்கை
மணிக் கணக்கில்
எழுதியுமே
இன்னும்

முடிந்த பாடில்லை...
என்னாலினி
இயலாது
மட்டுமில்லை...

கொரோனா
மரணிகளை
கூட்டிவந்த
கிங்கரர்கள்

நோய்த் தொற்று
பற்றியதால்
பணிமறுத்து,
பாய் போட்டுப்
படுத்து விட்டார்...

மண்ணுலகில்
மலிந்துவிட்ட
மனித உயிர்
மரணங்களால்
விண்ணுலகில்
நெருக்கடிகள்;
என்னையும்,
எமனையும்,
விட்டுவிடுங்கள்...!

இப்போது
சிவனும்
சிந்திக்கிறார்

எவனிடம்
தனக்கு
இடமாறுதல்
கிடைக்குமென்று...?

தொந்தி

முந்தி வெளியேறி
முன்நிற்கும் வயிற்றினைத்
தொந்தி வயிரென்றே
தமிழாலே அழைத்திடுவார்...

பந்தி சென்றமரப்
பரிமாறும் தோழர்களும்
புத்தி பேதலிக்கப்
புலம்பி விளம்பிடுவார்...

குந்தி விட்டதன்பின்
குபுக்கென்று எழுந்திடவோ
பிந்திப் பரிதவித்துப்
பெருநேரம் செலவிடுவார்...

சந்தி வீதியினைச்
சடுதியில் கடப்பதற்குள்
நந்தி போலாகி
நெரிசலில் புலம்பிடுவார்...

இந்தி மொழிபோல
ஏச்சுக்கு ஆளாகி
மந்தி இஞ்சியினால்
மாறிய முகமாவார்...

தொந்தி கரைவதற்குத்
        தொழில்செய்ய வேண்டுமய்யா
உந்தி உழைப்பதற்கும்
        உயர்முயற்சி வேண்டுமய்யா...

நப்பாசை

ஊமை
வெயில்
அடிக்குதென
வாயிழந்தோர்
பேசினார்கள்;

குழந்தை
தகப்பன்
சாயலென்று
கண்ணிழந்தோர்
கூறினார்கள்...

நூலேணியில்
யானை ஏற
நூற்பவர்கள்
நேர்ந்து கொண்டார்கள்

பஞ்சு
பொதி
மூட்டைகளில்
நெருப்பையள்ள
நெருங்கினார்கள்...

காக்கையின்
கூட்டினிலே
கலாப மயில்
பொரிக்குமென்று
புலம்பினார்கள்...

கடல் வழியில்
பயணிக்க
காரை வாங்கிப்
பழகினார்கள்

காதவழிப்
பயணத்திற்கு
பயிற்சியென
மாதக் கணக்கில் ஓடினார்கள்...

பளிங்குத்
தரை
மிளிரவென்று
சாணமிட்டு
மெழுகினார்கள்...

விண்வெளியில்
வீடு கட்டுதற்கு
விலை கேட்கும்
அற்பத்தன
விற்பன்னர்கள்...

மாட்டுவண்டிப்
பாதையினில்
மாநகர ரயிலை
ஓட்டுதற்கு
மனுபோட்டு
முழங்கினார்கள்...
மடமை என்னே!

சாத்திரத்தில்
சாரமில்லை;
சார்ந்தவர்கள் இன்னும்
தேறவில்லை...

நோய் போக்கும்
மருந்திருந்தும்,
மிருக கழிவு
நாற்றங்களை
நாடினார்கள்...?

சுகம் எங்கே?

பசியில் குழவிப்
பார்க்கும் தாய்மை
பால் நினைந்தூட்டும்
பரிவில் சுகம் பெறும்...

பவுர்ணமி நிலவின்
பசுமை ஒளியில்
அல்லியும் இதழ்கள்
அவிழ்ந்தே சுகம் தரும்...

விரிந்த இதழ்களில்
வண்டும் அமர்ந்தே
அமுதம் பருகியே
ஆனந்த சுகம்பெறும்...

கோதும் சிறகுகள்
கோட்டைக்குள் நுழைந்தே
குஞ்சுகள் கிறீச்சிட்டு
கொஞ்சியே சுகம் பெறும்...

வயிற்றுப் பையே
வாழும் வீடென்று
தவழும் கங்காரும்
தாயிடம் சுகம் பெறும்...

முட்டியே மடியினில்
கொட்டிடும் பாலுக்கு
குட்டிக் கன்றுமே
முட்டியே சுகம் பெறும்...

காக்கைக் கூட்டினில்
கலப்படக் குயிலுமே
குழப்பம் இன்றியே
வளமுடன் சுகம் பெறும்...

வளர்ப்பற்ற நாயின்
வயிற்றுக் குட்டிகள்
வீடற்ற தாயின்
மடியினில் சுகம் பெறும்

அறிவுடன் ஆற்றலும்
ஆயிரம் வழிகளும்
ஆண்டிடும் மானிடர்
கண்டிடச் சுகமெங்கே!

ஒற்றுமை வேற்றுமை
பற்றின்மை முற்றிலும்
கற்றுமே உற்றிடும்
சுற்றமே சுகம் எங்கே?

தாகமுற்ற மானிரண்டு
தண்ணீரின் அளவறிந்து
நேசமுற்ற தியாகத்தால்
நன்றிறத்தல் சுகம் பெறும்...

எய்தவன் இருக்கையில்
அம்பினால் இடருறும்
மெய்யவன் மாய்வதில்
மேனிலைச் சுகமுண்டோ?

எதிலும் திருப்தி
ஏதிலா எண்ணம்
சிறிதும் சிந்தியா
சிறுமதியர் சுகமுண்டோ?

வாயெலாம் இன்சொல்
வயிறெலாம் எரிச்சல்
பொய்யெலாம் புகன்றிடும்
மெய்யருக்கு சுகம் எங்கே?

விவேகலாம்

விவேகத்தை இழப்பது விவேகமோ?
விவேக்கை மறப்பதும் எளிதாமோ
இவ்வேகம் இறப்பதில் ஏன்தானோ!
எண்ணிடவே பிறப்பது துயர்தானே!

மரம்நட்டு மாநிலத்தில் ஆக்சிசனை
முழுவதுமாய் நிரப்பிடவே முயன்றவனே
உரம்கெட்டு உன்னுடலின் உயிர்காக்க
ஒளித்திட்ட ஆக்சிசனில் உயிரேது?

சிரிப்புமட்டும் குறியென்று நகைச்சுவையை
சினிமாவில் சொல்லாமல் இடையிடையே
பறக்கவிட்டாய் மடமூடப் பழக்கங்களின்
பொருளில்லா பொருந்தாத வழக்கங்களை...

பெருங்கோட்டூர் ஊர்பிறந்து பெருமையுடன்
பயில்கல்வி திருநெல்லை தான் வளர்ந்து
திருமதுரை தனில்கற்றுத் தேர்வாகி
தக்கதோர் அரசுப்பணி மேற்கொண்டாய்...

கலைவாணர் கருத்துரை புதுமைகளைக்
கச்சிதமாய் கையாண்டு அதிரவிட்டாய்
அலைபாயும் ஆழிபோல் அடுத்தடுத்து
அற்புதமாய் நற்பணிகள் ஆற்றிவந்தாய்...

தடுப்பூசி தனனயேற்று அறிவித்த
        தக்ககல் லறிவுரை தரமாமே!
துடுப்பின்றித் தவிக்கின்ற மாலுமியாய்
        தவிக்கிறோம் உனையெண்ணிக் கலைவேந்தே...

வெப்பமய ஞாலத்தைக் குளிர்விக்க
        விவேக் வகுத்தவழி சென்றிடுவோம்...
எப்போதும் கலாமுடன் நினையெண்ணிக்
        இவ்வுலகில் மரம் நடுவோம்! மழை பெறுவோம்...

பாமரர்கள்

கனன்ற அடுப்பில்
காயும் நெருப்பு
நுனியுச்சி சுவாலையின்
நிறம் நீ கொடுத்தது...

அப்படியும் ஒளி
துப்பிடும் மின்னல்கள்
உன்னில் ஒளிர்கின்றனவே!

விழி சுருக்கி
வியந்து பார்த்த
என் மேனியெங்கும்
புல்லரிப்பு, அதுஉன்
புன்சிரிப்பு...

பிரதிபலிக்க என்னுள்
ஆடிகள் இல்லை
ஆனாலும் வியர்வைத்துளிகள்
வேடிக்கையாய் வெளிக்காட்டும்
பருவத்தின் எல்லை...

ஈரம் காயுமுன்
என்னில் புதைத்தேன்;
உன்னை மண்ணில்

தேடுகிறார்... பாவம்,
என்னை மறந்துவிட்டார்...

விண்ணில் வரும்
ஆதவனும், சந்திரனும்
வெண் கருமேக
முக்காட்டிற்குள்
மறையலாம்... நீ
என் பாட்டிற்குள்,
இருப்பதையே
பொருட்படுத்தாத
பாமரர்கள்...

மானிடர் திருந்தார்

எழுத எழுதக் கைவலிக்கும்
இந்த மானிடர் நடத்தையை
அழுது அழுது கண்சிவக்கும்
அதனால் பயன்க ளுண்டோ?

இணைந்து பிறந்த குணமெல்லாம்
இடையில் ஓடிப் போகுமா?
முனைந்து சொல்லும் அறிவுரை
மூளையைத் தேடிச் சேருமா...!

துன்பம் வந்தால் இறைவனயே
துதித்து பாடித் தேடுவார்...
இன்பம் வந்தால் எவரையும்
ஏறிட்டு விழி நோக்கிடார்...

தவறு செய்து உணருவார்
தவித்து துடித்து புலம்புவார்
தவறு ஏதும் செய்யாமல்
திருந்த எண்ணம் கொண்டிடார்...

திருந்தாத மனிதரையே இன்பத்
தமிழில் பாடிட வேண்டுமா
விரும்பாத ஒருவனுக்கு அன்பு
வாழ்த்துக் கூறிட வேண்டுமா?

முகிழ்க்கும் முழுநிலவே!

சிந்தும் பனித்துளியே - என்
சிந்தைக்குத் தேன்மொழியே!
முந்தும் ஆசைகளில்
முகிழ்க்கும் முழுநிலவே......!

ஓவிய விழிகளினால் - ஒரு
காவியம் படைக்கின்றாய்
நீவிய கூந்தலினால்
நானிலம் அளக்கின்றாய்...

இமையெனும் முறங்களினால்
நையப் புடைக்கின்றாய்
சுமையதை தாளாமல்
சோர்ந்தே விழுகின்றேன்...

காலை மாலைகளில் உன்
கட்டுடல் நினைவுகளில்
சேலைத் தலைப்பெனவே மனம்
சிறகிடும் பொன்மயிலே...!

காதலைச் சொல்லவொரு
காரணமும் தேடுகின்றேன்
ஆவலைப் பாட்டாக்கும் வறுமை
ஆள்கின்ற பாவலன் நான்...!

எந்தன் கொள்கை

தாய்தமிழ் தந்த ஊக்கம்
    தனயனென் கவிதை ஆக்கம்
பெய்தமிழ் இனிமைச் சாறு
    பாவியெனக் கிட்ட பேறு...

ஆக்கிடும் கவிதை ஆரம்
    அனைத்துமே அவளைச் சேரும்
ஊக்கிடும் நல்லோர் பலர்
    ஒறுத்திடும் நல்லோர் சிலர்

குறை சொல்லித் தூற்றி
    களிப்போரும் வாழி!
நிறை சொல்லி வாழ்த்தி
    நிற்போரும் வாழி!

என்கவியே உயர்ந்தது
    எனுமெண்ணம் இங்கில்லை
என்கவியும் கவிதான்
    எனுமெண்ணம் மிக்குண்டு...

என்தொழில் இடர்வதில்லை
    எதனையுங் கொள்வதில்லை
செந்தமிழ்க் கடலினெல்லை
    செல்வதே யெந்தன்கொள்கை...

இல்லை தாழ்வு

காசினியின் கண்டங்கள் கணப்பெரிய
கடல்களால் பிரிவதனால் வாழ்மாந்தர்,
பேசியொரு முடிவுற்றுப் பிரிந்தனரோ!
பேதங்கள் நிறமதமொழித் தொழில்களால்;
ஊசிமுனைக் குத்த வரும் குருதிமட்டும்
குவலயத்து மனிதர்களிடம் சிவப்பாய் ஏன்!
தூசிபடக் கனமுயர்ந்த கல்லாக
தானிறுகும் உள்ளங்களே! சொல்லிடுவீர்...!

கரத்திலுறு விரல்களெலாம் சிறிதுபெரிது
காண்பதைப் போலிதுவும் ஆகுமென்று
உரத்தகுரல் மொழிந்தாலவை ஒன்றாக
ஒரேகையில் உள்ளதென்று அறியீரோ...!

திறமெல்லாம் காட்டவுயிர்க் கொலைதன்னைத்
தேர்ந்திட்ட குறுமதியர் கூட்டங்களே!
அறமெல்லாம் சொல்லப்பல நூலிருந்தும்
அலைகின்ற நூலறுந்த பட்டங்களே...!

ஒருகையால் முழம்போட்டால் சூனியத்தில்
உள்ளவாறு வருமளவு யாரறிவார்;
இருகையால் ஒலியெழுப்ப வரும்நாதம்
எல்லார்க்கும் செவிவிழுந்து தேனாகும்;

வருகையில் எண்ணிக்கை மிக்கிருந்தால்
　　வாய்த்தபகை எதிர்நில்லா ஓடிப்போகும்;
பெருகிடவே ஒன்றுபட்டால் உண்டுவாழ்வு
　　பேதமையை விட்டொழித்தால் இல்லைதாழ்வு!

மேய்ந்து... தேய்ந்தேன்

நெட்டுயிர்த்து நிமிர்ந்தபோதில்
மொட்டுயர்ந்து திமிரிநின்ற
பட்டுமேனி பாவைகண்டு
கெட்டுமனம் மேயலானேன்...!

கழுத்தசைத்து கவிழ்ந்தபோதில்
இழுத்தெடுத்து என்னைஈர்த்த
அழுத்தமனப் பாவைகண்டு
கொழுத்துமனம் மேயலானேன்...!

அடியெடுத்து நடந்தபோதில்
பிடியடுத்து போவதெனும்
இடி கொடுத்த இடுப்புகண்டு
ஒடிந்துமனம் மேயலானேன்...!

தேன்மொழி சொன்னபோதில்
வான்வழி அருவியென்னும்
ஊண்வழி நனைந்தழுது
காணமனம் மேயலானேன்...!

தண்டுவாழை அசைந்தபோதில்
குண்டுஉயர் மேடுகண்டு
கண்டுநூல் போலுழன்று
சிண்டுமனம் மேயலானேன்...!

புன்னகைத்து
பண்ணமைத்து
எண்ணிறந்த
திண்ணமனம்

சிரித்தபோதில்
இசையொலிக்க
உணர்வு பொங்க
மேயலானேன்...!

www.ingramcontent.com/pod-product-compliance
Lightning Source LLC
LaVergne TN
LVHW091056150826
845673LV00002B/594

* 9 7 9 8 8 9 2 3 3 4 0 6 8 *